Mfalme – Nilipumzika

Mfalme – Nilipumzika

Mashairi Ya Kisasa

Modern Swahili Poetry

Dardanus Mfalme

MFALME

Houston, Texas

This book may be ordered through booksellers or by contacting:

MFALME
1415 North Loop West 300-14 #1023
Houston, TX 77088
United States of America
inquiries@mfalme.com

For a list of current booksellers, visit www.mfalme.com

Printed in the United States of America

Rev. date: 12/23/2023

Publisher's Cataloging-in-Publication
(Provided by Cassidy Cataloguing Services, Inc.)

Names: Mfalme, Dardanus, 1978- author.

Title: Mfalme - Nilipumzika : mashairi ya kisasa : modern Swahili poetry / Dardanus Mfalme.

Description: Revised edition. | Houston, Texas : Mfalme, [2023] | In Swahili.

Identifiers: ISBN: 979-8-9896575-0-6 (paperback) | 979-8-9896575-1-3 (ebook) | LCCN: 2023923535

Subjects: LCSH: Swahili poetry. | Swahili language--Glossaries, vocabularies, etc. | BISAC: POETRY / General. | POETRY / African. | FOREIGN LANGUAGE STUDY / African Languages. | FOREIGN LANGUAGE STUDY / Swahili.

Classification: LCC: PL8704.M414 M43 2023 | DDC: 896/.3921--dc23

Yaliyomo

Utangulizi

Amani iwe nanyi!

Karibuni wapenzi wa mashairi, nyimbo na tenzi katika kitabu cha "Mfalme - Nilipumzika". Kitabu hiki kina utajiri wa mashairi niliyoyabuni kutumia mbinu tofauti na hivyo kufanya tungo hizi kuwa na ladha tofauti. Kuna mchanganyiko wa tungo nilizozitunga miaka ya nyuma na vile vile kuna tungo nilizozitunga hivi karibuni. Mchanganyiko huo unafanya tungo hizi kuwa zenye hisia tofauti hivyo kumgusa kila msomaji kwa namna ya kipekee.

Nimekiita kitabu hiki "Mfalme - Nilipumzika" kutokana na kupumzika kutoa albamu ya muziki mwaka 2009 kama ilivyo kawaida yangu, katika baadhi ya tungo nimeelezea sababu zilizonifanya niahirishe kufanya hivyo. Katika kitabu hiki nimetumia mchanganyiko wa maneno ya Kiswahili sanifu, maneno ya Kiswahili cha mitaani na maneno niliyoyatohoa kutoka katika lugha mbali mbali ambayo hutumiwa kwa wingi mitaani, ndio maana hasa nimekiita kitabu hiki "Mashairi ya Kisasa".

Katika kurasa za mwisho wa kitabu hiki, nimeweka kamusi ndogo ya Kiswahili cha mitaani ili wale wasioelewa Kiswahili cha mitaani nilichokitumia humu kitabuni na katika nyimbo nilizotunga waweze kufanya hivyo

Angalizo

Katika haya mashairi ya kisasa, maneno niliyoyatohoa kwenye lugha ya Kiingereza nimeyahesabia vina kwa jinsi maneno hayo yanavyotamkwa.

Kwa mfano:

> Maneno; Braza, sista, blingi, treni, breki, drafti, softi, besti, chesti, n.k., nimeyahesabia vina viwili kila moja.

> Maneno; Frikwensi na pasenti, n.k., nimeyahesabia vina vitatu kila moja.

1. NILIPUMZIKA

Kukuru kuwekwa chini, kakara kuwekwa juu,
Nyenzo tulizwa kwapani, nilipoipiga mbiu,
Kipaza ki uvunguni, madebe si mwaka huu,
Kipaza kuweka chini, mbili ziro ziro tisa.

Lahasha sio kuchoka, nguli nilikua gado,
Ki vingine kuibuka, vipaji ninavyo bado,
Nafumua ukitaka, mbata za mcheza judo,
Kipaza kuweka chini, mbili ziro ziro tisa.

Sababu ukiuliza, uliza nitakwambia,
Kwa nini chini kipaza, mashairi kurukia,
Simamisha gari faza, upate kunisikia,
Kipaza kuweka chini, mbili ziro ziro tisa.

Kuna siku nililala, katika yangu malazi,
Mke nae akalala, kaacha mlango wazi,
Ibilisi bila hodi, kaiba hadi mavazi,
Kipaza kuweka chini, mbili ziro ziro tisa.

Ye aliponivamia, kaja na majeshi yake,
Nyumba wakaibomoa, changu kikawa cha kwake,
Kisha wakamchukua, mke na mtoto wake,
Kipaza kuweka chini, mbili ziro ziro tisa.

Sikuzote kikulacho, nguoni mwako kiliko,
Kile ukiaminicho, kumbe kibaya kuliko,
Ndugu yangu uwe macho, hata kwa mjomba wako,
Kipaza kuweka chini, mbili ziro ziro tisa.

Dhahabu haiwi safi , pasipo kuonja moto,
Siteringi huwa hafi , hata kama ni mtoto,
Shetani na zako wifi , naupiga mkong'oto,
Kipaza kuweka chini, mbili ziro ziro tisa.

Ingawa nimeanguka, katu nyuma sitorudi,
Taratibu nainuka, na nguvu kama za radi,
Ukuta waloweka, kubomoa sina budi,
Kipaza kuweka chini, mbili ziro ziro tisa.

Nimeshakuwa imara, vinyamkera nipishe,
Baba yenu anahara, makonde mi nimtwishe,
Vyote alivyonipora, mara saba arudishe,
Kipaza kuweka chini, mbili ziro ziro tisa.

Nawashukuru wapenzi, kwa uvumilivu wenu,
Nawapeni hizi tenzi, zitulize nafsi zenu,
Mbeleni nije waenzi, na kumi na mbili zenu,
Kipaza kuweka chini, mbili ziro ziro tisa.

Shairi hili linawaelezea wapenzi wangu baadhi ya sababu zilizonifanya nisitoe albamu ya muziki mwaka 2008 na 2009. Pia shairi linatoa fundisho kwamba, unapopata matatizo, unapaswa kuyachukulia kama vile ni mtihani tu. Mara unapofaulu mtihani unafanikiwa kuingia ngazi ya juu zaidi. Ndipo pale ninapoandika kuwa " dhahabu haiwi safi bila kupitia kwenye moto". Mchezaji wa mpira wa miguu akitaka kuupiga mpira uende mbali, ni sharti kwanza arudi nyuma kidogo kabla ya kupiga shuti. Basi, wapenzi wangu wachukulie kuwa, mimi kurudi nyuma kidogo katika kutoa albamu ni katika harakati za kuhakikisha mwaka ujao shuti nitakalopiga litaenda mbali zaidi, kwani nimekuwa imara, nimehekimika na nimekuwa bora zaidi.

2. NANYONGA

Waja wane hamjambo, mwajionaje wapenzi,
Warembo wenye mapambo, nawabusu mkufunzi,
Kweli kuna vijimambo, mbuzi kuzoza na panzi,
Baada ya thelathini, ninazisokota rasta.

Tangu nilipozaliwa, duniani nimenyane,
Nimekwisha punyuliwa, na vinyozi mia nne,
Pesa zinachukuliwa, kila wiki dola nane,
Baada ya thelathini, ninazisokota rasta.

Sio tu chini ya mwembe, pasi maji usipime,
Kipilipili cha jembe, waweza kata kwa sime,
Nilishavunja viwembe, na mashine za umeme,
Baada ya thelathini, ninazisokota rasta.

Pita milongo mitatu, ya kuvuta ni kuvute,
Katika juma la tatu, dada Sheli nisokote,
Kunyoa mwenzenu katu, kwa heri vinyozi wote,
Baada ya thelathini, ninazisokota rasta.

Kusuka nilijaribu, mitindo kadha wa kadha,
Wasukao taratibu, nyingi wanataka fedha,
Wengi wakaniharibu, kisa yao mawaidha,
Baada ya thelathini, ninazisokota rasta.

Niliweka kalikiti, nywele ziwe softi softi,
Mabutu vidotidoti, miraba vi drafti drafti,
Nikabana katikati, kama wa kipemba mufti,
Baada ya thelathini, ninazisokota rasta.

Nikanyoa palangoto, lang'aa ka mbalamwezi,
Paka mafuta ya moto, kwongezea utelezi,
Vipele kama kokoto, hadi karibu na tezi,
Baada ya thelathini, ninazisokota rasta.

Mambo yamekuwa mengi, kila kukicha ni kazi,
Na nywele zangu ni nyingi, kukarabati siwezi,
Mimi si mvuta bangi, wala mie sio mwizi,
Baada ya thelathini, ninazisokota rasta.

Usidhani ni uchafu, mtu kusokota rasta,
Naziosha kwenye bafu, zakauka fasta fasta,
Matunzo yake hafifu, zajinyonga kama pasta,
Baada ya thelathini, ninazisokota rasta.

Waja wane nashukuru, kwa kunielewa mie,
Nimeangaziwa nuru, nataka niitumie,
Nimepewa na uhuru, sitaki niubanie,
Baada ya thelathini, ninazisokota rasta.

Shairi hili nimeliandika kwa lengo la kuwaelezea wapenzi wangu uamuzi niliochukua wa kusokota rasta. Kusokota rasta ni uamuzi mkubwa kwani ukishazisokota nywele zako, huwezi kuzifumua tena. Baada ya kufikiria kwa muda juu ya faida na athari, nilichukua uamuzi huo katika wiki ya tatu baada ya kukata milongo mitatu hapa duniani.

8

3. KATIKATI

Mayowe nayasikia, kushoto hadi kulia,
Umbu wane wanalia, ona tunaangamia,
Huruma nawaonea, vile wanavyoumia,
Katikati ya bahari, mimi nimwokoe nani?

Mashua imepasuka, na ng'ambo bado kuvuka
Tufani ilotufika, sote tumedhoofika,
Nahodha alisharuka, aliposhindwa epuka,
Katikati ya bahari, mimi nimwokoe nani?

Tunatapa baharini, mawimbi mita sabini,
Wokovu 'tafika lini? Tunakosa tumaini,
Papa nyangumi majini, wanatumendea zoni,
Katikati ya bahari, mimi nimwokoe nani?

Kaka yangu alalama, mdogo wangu nazama,
Rafiki zangu si wema, chini wananisukuma,
Nenda kamwokoe mama, na dada zako tazama,
Katikati ya bahari, mimi nimwokoe nani?

Nifanye nini wenzangu, ninusuru ndugu zangu,
Wote watazama kwangu, washike mkono wangu,
Nakutegemea Mungu, nipunguzie machungu,
Katikati ya bahari, mimi nimwokoe nani?

Baba mama hawawezi, mambo ya kupiga mbizi,
Pekee nina ujuzi, kupenya kama mkizi,
Nawatazama wazazi, yananitoka machozi,
Katikati ya bahari, mimi nimwokoe nani?

Ningekuwa na mabawa, ningeruka kama njiwa,
Na nguvu ningejaliwa, ningetumia kipawa,
Niwabebe kwenye hewa, ndugu zangu nilopewa,
Katikati ya bahari, mimi nimwokoe nani?

Dada zangu waniomba, kaka turushie kamba,
Vijana wapiga pamba, wasije tulisha pumba,
Wakatuonyesha namba, matumbo yakatuvimba,
Katikati ya bahari, mimi nimwokoe nani?

Kuna wengine si ndugu, wamenaswa na magugu,
Wako wengi kama njugu, wanisonga kama nyigu,
Twokoe dume la mbegu, kiumbe ulie sugu,
Katikati ya bahari, mimi nimwokoe nani?

Mzigo niubebao, moyoni mkubwa huo,
Pole ninakwenda nao, nisijipae kimeo,
Nitimize mafunuo, aliyonipa Mopao,
Katikati ya bahari, mimi nimwokoe nani?

*Katika shairi hili nimeelezea hali niliyokuwa nayo. Nikiitazama familia yangu, ninahisi kwamba mimi ndiye tegemeo lao kuu. Hata hivyo, niangaliapo hali halisi ya maisha iendavyo, naona kuwa sina uwezo wa kumsaidia kila mwanafamilia kwa wakati huu. Kabla kaka yangu Mtemi kufariki dunia mwaka 2005, sikuwa nauhisi mzigo huu, lakini sasa ninajiona kama vile mimi ndio kichwa cha familia.

4. MFALME

Kama nachokoza nyuki, leo liwalo na liwe,
Si kama najenga chuki, malenga munielewe,
Nimekuja na bunduki, katika vita vya mawe,
Ndimi Jiwe la pembeni, Mfalme wa malenga.

Amini usiamini, shangaa usishangae,
Nendeni misikitini, sala mkajisalie,
Mkitaka kanisani, Mola awasaidie,
Ndimi Jiwe la pembeni, Mfalme wa malenga.

'Meimba Bongo Flava, wakanivalisha taji,
Midundo iliyoiva, myaka nenda haichuji,
Ninatembeza undava, ukipimisha kipaji,
Ndimi Jiwe la pembeni, Mfalme wa malenga.

Mjini kumeshafungwa, porini mkimbilie,
Mliodhani mabingwa, bora mkajichimbie,
Mkibaki mtatwangwa, na kombora mdumae,
Ndimi Jiwe la pembeni, Mfalme wa malenga.

Sasa mmekuwa bubu, kusikia Mfalme,
Wa mabolingo mababu, natangaza ufalme,
Ningeimba taarabu, ningebaki mfalme,
Ndimi Jiwe la pembeni, Mfalme wa malenga.

Mliona ni ajabu, viini macho kufumbwa,
Ya Musa staajabu, ya firauni kuchambwa,
Nadondosha maajabu, pita mbwa kula mbwa,
Ndimi Jiwe la pembeni, Mfalme wa malenga.

Niiteni daktari, malenga nawapa dozi,
Wasomapo mashairi, yangu wanalengwa chozi,
Na sasa wameshakiri, mzichi hawaniwezi,
Ndimi Jiwe la pembeni, Mfalme wa malenga.

Nimekuja kwa uzuri, sipendi purukushani,
Wale wapendao heri, karibuni masikani,
Kwa wale wapenda shari, ulizeni marekani,
Ndimi Jiwe la pembeni, Mfalme wa malenga.

Tungo niziandikazo, ni zilizokwenda shule,
Mizani yenye mkazo, vina vyenye raha tele,
Nimetunukiwa tuzo, msinionee gele,
Ndimi Jiwe la pembeni, Mfalme malenga.

Kwa wote wenye mabavu, karibuni jamvini,
Ukijiona shupavu, sogea tukae chini,
Tuone nani mchovu, peni ziwapo kazini,
Ndimi Jiwe la pembeni, Mfalme wa malenga.

*Sidhani yupo malenga au msanii yeyote ambaye hana majigambo. Japo majigambo ni sehemu tu ya usanii, shairi hili limebeba ukweli ndani yake, kwani nimesoma tungo za washairi wengi wanaozingatia vina na mizani, na wale wasiovijali. Wengi wao wako chini ya viwango, na wale walio katika viwango watakaposoma mashairi yangu watang'amua kuwa ni kweli mimi ni Mfalme katika anga za ushairi pia.

5. PAPA

Changanya changa manyanga, kung'uta kita magoma,
Khanga wameshajifunga, vibwebwe wakina mama,
Na za kiunoni shanga, wanazitingisha vema,
Papa leo tutatosha, debe hadi juzi yake.

Kimoko shika mpini, zicharaze nyuzi zake,
Turekebishie toni, zigote mahali pake,
Uturushe hadi moni, majasho yachirizike,
Papa leo tutatosha, debe hadi juzi yake.

Ndio kwanza tunaanza, wazee kazeni buti,
Si ruhusa kujibanza, kwenye kona kujinyuti,
Aibu zitawaponza, inukeni kwenye viti,
Papa leo tutatosha, debe hadi juzi yake.

Cheza tu na demu wako, usishike wa mwenzako,
Kama hujaja na jiko, jirushe kivyako vyako,
Dundika na mdundiko, usijali nyuma yako,
Papa leo tutatosha, debe hadi juzi yake.

Mademu mpaka chini, wanatingisha viuno,
Kwa nyuma kuna mameni, wazungusha visigino,
Mabishoo kwa pembeni, wametuliza mishono,
Papa leo tutatosha, debe hadi juzi yake.

Papa kashika kipaza, afoka kwa madoido,
Sauti ameikaza, utadhani supa modo,
Sote anatuliwaza, utamu ka embe dodo,
Papa leo tutatosha, debe hadi juzi yake.

Muziki umekatika, nani anazima faya,
Si Moze zimemfika, anazichomoa nyaya,
Mundo atamfunika, anatafuta ubaya,
Papa leo tutatosha, debe hadi juzi yake.

Mtambo misulupwete, kila dakika zilete,
Chapa pombe za ubwete, akaanza makarate,
Acha nje wamvute, majebu wamkung'ute,
Papa leo tutatosha, debe hadi juzi yake.

Eti tungi limekata, mebaki mataputapu,
Wazungu wameshadata, wanazengea milupu,
Mwaga nyuki ngoma kita, ukumbi usiwe tupu,
Papa leo tutatosha, debe hadi juzi yake.

Kokoriko kokoriko, jogoo ndo anawika,
Kamata aliye wako, elekea pa kutoka,
Maliza kinywaji chako, nje kumepambazuka,
Papa leo tutatosha, debe hadi juzi yake.

Katika shairi hili ninawasimulia wapenzi wangu vituko vilivyotokea katika onyesho langu lililofanyika katika mji wa Houston, Marekani. Kikubwa ninachokumbuka siku hiyo ni kwamba, baadhi ya washabiki – sijui iwapo walikuwa na nia mbaya dhidi yangu au ni kinywaji tu kilikuwa kiliwazidi – walinivamia jukwaani na kunitoa mkuku huku wakipiga makelele "Booo! Booo! Booo!" Ilibidi nikatishe shoo. Alipopanda jukwaani jamaa mmoja ambaye washabiki hao walitaka aimbe badala yangu, bwana mmoja ninayemkumbuka kwa jina la Moze, alianza kuchomoa nyaya za maspika huku akisema: Haimbi mtu hapa!"

Nikiwa nimejibanza kwenye meza ya fundi mitambo nyuma ya ukumbi, niliona mdhamini wa tamasha hilo Bwana Edmundi, almaarufu Mundo, ambaye ni kipande cha baba akimbeba juu juu Bwana Moze na kumtupa nje. Hali ilipotulia, rafiki yangu, Prince au kwa jina lingine Papaa, kutoka Kongo, alipanda jukwaani na bendi yake, wakarejesha burudani ukumbini. Naamini kuwa wasanii mahiri uwajuao wameshapitia mengi sana, ikiwa ni pamoja na masaibu kama yaliyonifika ya kutimuliwa jukwaani, kuzomewa, kukatishwa tamaa, n.k. Katika shairi hili nawamegea sehemu ndogo ya yale ambayo yameshanitokea mimi binafsi.

6. NYATI

Naona waninyatia, unifanyie ubaya,
Kwa nyuma wanivizia, unicharaze na waya,
Mitego wanitegea, hadharani huna haya,
Nyatia nikunyatie, nikutandike la mbavu.

Kwa nyuma waninyatia, machakani wajificha,
Mimi ninakusikia, unavyonoa makucha,
Kote napogeukia, kunizonga hujaacha,
Nyatia nikunyatie, nikutandike la mbavu.

Moto unaopalia, kuuzima utaweza,
Maji yakichemkia, utaweza kuyapoza,
Utakuja jijutia, kwa nini ulichokoza,
Nyatia nikunyatie, nikutandike la mbavu.

Kambi unayolalia, wewe bungunya wanyea,
Je kambi ikikunyea, wapi utakimbilia,
Bado hujashitukia, mwona umbali wa pua,
Nyatia nikunyatie, nikutandike la mbavu.

Vita vya moto chochea, na nyumba yako ya nyasi,
Nitaja kukukamua, hadi utoe kinyesi,
Ngozi yako ije kuwa, kama ganda la fenesi,
Nyatia nikunyatie, nikutandike la mbavu.

Ninapokugeukia, pembeni unajibanza,
Kama wewe dume pia, njoo tupimane kwanza,
Mambo ya kunivizia, mwishoni yatakuponza,
Nyatia nikunyatie, nikutandike la mbavu.

Hivi kweli wanijua, au tu wanichezea,
Mimi ni nyati sikia, sio wa kuninyatia,
Mapembe nitakutia, uangukie kulia,
Nyatia nikunyatie, nikutandike la mbavu.

Hewa nakupumulia, chini nakufukulia,
Mbio nakutimukia, pembe nakuchomekea,
Sasa wajiharishia, nani unamlilia,
Nyatia nikunyatie, nikutandike la mbavu.

Kifo kimekufikia, umeshaishiwa nguvu,
Tena unachechemea, nimeshakuvunja mbavu,
Konda umejikondea, umebaki kama fuvu,
Nyatia nikunyatie, nikutandike mbavu.

Mpendao kunyatia, jifunzeni leo hii,
Ye unayemmendea, aweza kuwa spai,
Uwanjani tokezea, kuvizia hakufai,
Nyatia nikunyatie, kunya nikutandike la mbavu.

Shairi hili nimelitunga nikiwa nimewalenga watu ambao wana tabia ya kuvizia wengine wawapo katika hali fulani ili wawafanyie ubaya. Wengi wao hutenda ubaya huo kwa watu ambao hawajatenda kosa lolote. Katika utunzi huu, ninatoa onyo kwamba, ipo siku waovu hao watavizia asiyevizika na huo utakuwa ndio mwisho wao.

7. YAKIBADACHI

Besti nilishamuonya, tabia yake ni mbaya,
Ubabe anaofanya, utamuweka pabaya,
Na mimi akanisonya, akanipushi kiboya,
Yakibadachi shodani, kata zima kafunua.

Chesti linatangulia, kila apitapo Besti,
Anavyojifagilia, kutwa kavaa kivesti,
Kama kujipalilia, ni bingwa wa kujibusti,
Yakibadachi shodani, kata zima kafunua.

Alianza kula nondo, tangu tukiwa shuleni,
Anashushia na bondo, sinia lilosheheni,
Misuli kama mafundo, wanamwita michelini,
Yakibadachi shodani, kata zima kafunua.

Apandapo daladala, huwa halipi nauli,
Anatembeza mikwala, na kauli za kejeli,
Mgahawani akila, wengine walipe bili,
Yakibadachi shodani, kata zima kafunua.

Besti ni rasmi mgeni, mnuso ukitokea,
Huwasogeza pembeni, wenye kusheherekea,
Bila hata samahani, kiti cha mbele kalia,
Yakibadachi shodani, kata zima kafunua.

Baba wa bibi harusi, hasira zikampanda,
Kampa Besti kibesi, toka hapa wewe punda,
Besti akanya matusi, akamchapa mikanda,
Yakibadachi shodani, kata zima kafunua.

Wakamweka mtu kati, mkong'oto aupate,
Besti akakaza buti, akawakung'uta wote,
Wakamrushia viti, Besti akavunja vyote,
Yakibadachi shodani, kata zima kafunua.

Ukimwona utadhani, Besti ni Msamaria,
Kwa nje sopu sabuni, mithili pundamilia,
Ukimchunguza ndani, jibwa mwitu nakwambia,
Yakibadachi shodani, kata zima kafunua.

Damu za masikioni, puani na mdomoni,
Uharo makalioni, Besti chali sakafuni,
Nikwambie kulikoni, kilichomkuta nini?
Yakibadachi shodani, kata zima kafunua.

Katania Mbilikimo, akamtemea mate,
Japo mfupi wa kimo, ni kungwi wa makarate,
Gojiruu za kipimo, mateke ya kimashete,
Yakibadachi shodani, kata zima kafunua.

Shairi hili limebeba kituko cha kweli kilichotokea wakati nilipokuwa nasoma Shule ya Sekondari ya Azania, jijini Dar es Salaam. Siku hizo, alikuwepo Bwana mmoja aliyejulikana kama Besti Mbeba Nondo.Huyu Besti alikuwa na tabia ya kufanya ubabe kwa kila mtu. Siku tukiwa tunangojea usafiri kwenye kituo cha basi cha Faya, alianzisha ubabe wake kwa kijana mmoja mfupi na kumbe, yule dogo alikuwa mtu aliyekuwa kapitia mafunzo ya kujihami! Alimpa Besti kichapo cha spidi kali na kabla ya dakika moja kumalizika, mbabe wetu alikuwa yuko chali, juu ya lami!

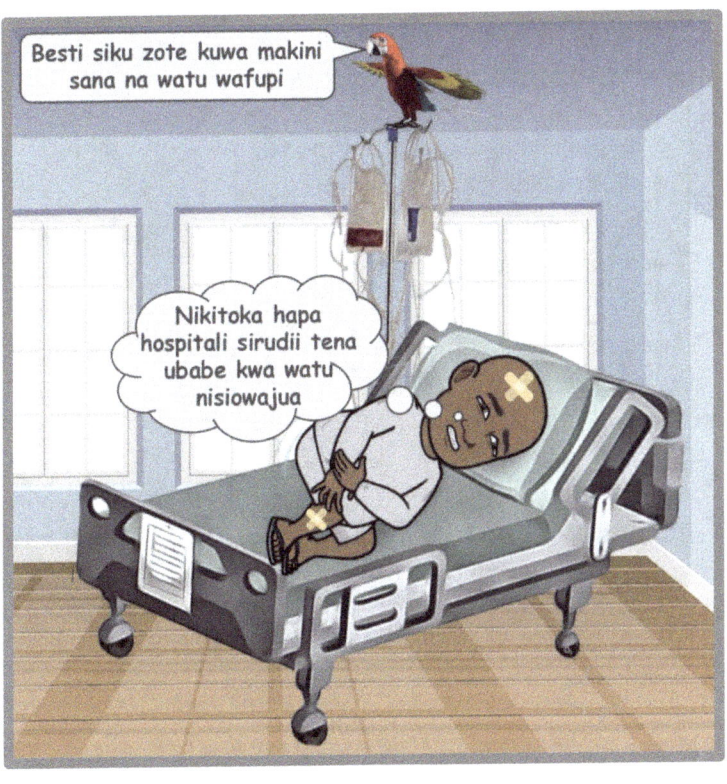

8. SESILIA

Kabla kukweka machoni, mimi nilishakupenda,
Malavidavi moyoni, njozini kupiga denda,
Nikuonapo ndotoni, mtima unanidunda,
Sesilia Malkia, kwa Mfalme sogea.

Sogea uniliwaze, nikuliwaze kipenzi,
Makini nisikukwaze, urafiki niuenzi,
Mzichi buti nikaze, niyafukuze mainzi,
Sesilia Malkia, kwa Mfalme sogea.

Sogea mi nikuone, nimechoka kumulika,
Mwaya usiku manane, kukuota nimechoka,
Ujifichapo mwichane, nazidi kudhoofika,
Sesilia Malkia, kwa Mfalme sogea.

Sogea uwe wa kwanza, na wa mwisho kuingia,
Mwenzio ninajitunza, kukungoja malkia,
Naamini unatunza, mbavu nayosubiria,
Sesilia Malkia, kwa Mfalme sogea.

Sogea ingia ndani, mvua isikuloweshe,
Karibu kiyoyozini, jua lisikukaushe,
Kwangu ni kwako nyumbani, chochote kisikutishe,
Sesilia Malkia, kwa Mfalme sogea.

Sogea mi nikutue, mizigo uliyo nayo,
Japo nikusaidie, machache yakusibuyo,
Kisha nikutimizie, mengine uhitajiyo,
Sesilia Malkia, kwa Mfalme sogea.

Sogea uje jamvini, michapo mi nikupashe,
Pamoja tukae chini, vicheko nikuchekeshe,
Tupeane na maoni, ni vipi nikuridhishe,
Sesilia Malkia, kwa Mfalme sogea.

Sogea nakutafuta, kitambo mi sikupati,
Mpaka nimeshadata, kwa mademu kuwadeti,
Hadi nitapokupata, katu pendo silipati,
Sesilia Malkia, kwa Mfalme sogea.

Sogea ufunge geti, milupu isinighasi,
Sote tuwalie bati, waletao wasiwasi,
Ije siku tule pati, katika yetu harusi,
Sesilia Malkia, kwa Mfalme sogea.

Sogea nakuombea, kwa Mungu wangu sogea,
Najua wajisikia, kama navyojisikia,
Mungu akituridhia, muhuri tatupigia,
Sesilia Malkia, kwa Mfalme sogea.

*Shairi hili linajieleza lenyewe na wala sina haja ya kulifafanua.

9. KURA

Ahadi ni kedekede, karibu na uchaguzi,
Vibopa kwenye misede, watongoza kwa ujuzi,
Walonga kimdebwede, maneno ya mwaka juzi,
Nawaomba kura zenu, nitafune pesa zenu.

Nitafune pesa zenu, nioe mke wa pili,
Kutumia jasho lenu, nizilipe zangu bili,
Nataka mbunge wenu, magari kumi na mbili
Nawaomba kura zenu, mi nihamie mjini.

Mi nihamie mjini, vijijini kuna nini?
Nyumba ya mamilioni, chumba kiwe ghorofani,
Mnione luningani, nikoromapo bungeni,
Nawaomba kura zenu, niyakamate madili.

Niyakamate madili, ya wale wakwepa kodi,
Wafuja maliasili, nifanye nao miradi,
Nataka pasenti mbili, kwa wote wenye migodi,
Nawaomba kura zenu, niwe na benki za nje.

Niwe na benki za nje, nikiwa na pesa bwena,
Za ndani mi nizivunje, wasinichunguze sana,
Taifa lisinipunje, riba zao ndogo sana,
Nawaomba kura zenu, wanangu wasome ng'a mbo.

Wanangu wasome ng'ambo, elimu yetu ni duni,
Wakitapike Kimombo, pia na Kijerumani,
Wawanyuke wote fimbo, watoto wenu nchini,
Nawaomba kura zenu, nitibiwe Marekani.

Nitibiwe Marekani, yanikutapo maradhi,
Tabibu nambari wani, wale wenye yangu hadhi,
Manesi hapa nchini, jeuri wananiudhi,
Nawaomba kura zenu, niwatoze kodi kubwa.

Niwatoze kodi kubwa, ninyi wavivu wakazi,
Mwapenda kubebwa bebwa, mimi si wenu mzazi,
Msiwe kama mabwabwa, serikali sio buzi,
Nawaomba kura zenu, nipate pesa za bure.

Nipate pesa za bure, kila niwapo bungeni,
Michuzi kama njegere, niijaze mifukoni,
Kote kote nizurure, nifukuzie vimini,
Nawaomba kura zenu, niitwe muheshimiwa.

Niitwe muheshimiwa, kokoto batani kota,
Suti za kununuliwa, Uingereza nakita,
Nipate kutambuliwa, kila nitakapopita,
Nawaomba kura zenu, niopoe binti zenu.

*Nimebahatika kuongea na wanasiasa wengi. Vilevile, nimeshaongea na watu lukuki wa kawaida, wenye nia ya ya kujiingiza kwenye siasa. Wote hao, ninapowauliza lengo lao katika siasa ni nini? Wamekuwa wakinipa majibu mbalimbali, baadhi ya majibu hayo nimeyaandika katika shairi hili. "Ndiko kwenye Ulaji wa ubwete," mmoja alishaniambia. Hakuna hata mmoja aliyeniambia juu ya mkakati ya kuinua uchumi wa wale waliompa kura. Katika shairi hili ninawatahadharisha wapenzi wangu juu ya mawazo yaliyojaa vichwani mwa wengi wa wale wanaowaomba kura.

10. WALOKOLE

Yesu ninakupokea, kuwa ni Mwokozi wangu,
Leo ninakutolea, tawala maisha yangu,
Bwana nakufungulia, mlango wa moyo wangu,
Ila wanakomfyuzi, walokole siku hizi.

Nataka kwenda mbinguni, ndo madhumuni ya kwanza,
Yerusalemu nyumbani, safari ninaianza,
Urudi nyuma shetani, usije ukaniponza,
Ila wanakomfyuzi, walokole siku hizi.

Walokole wakasema, karibu shambani mwana,
Tujumuike kulima, katika shamba Bwana,
Tusaidie kuvuna, mavuno ni mengi sana,
Ila wanakomfyuzi, walokole siku hizi.

Ili mbinguni kwingia, sharti nilishapewa,
Geti ni moja sikia, ndiye Yesu umepewa,
Nami nikampokea, uzima nikawekewa,
Ila wanakomfyuzi, walokole siku hizi.

Baada ya kuokoka, sharti zikaongezwa,
Ili mbinguni kufika, ni lazima kubatizwa,
Tena maji mengi kaka, achana na kunyunyizwa,
Ila wanakomfyuzi, walokole siku hizi.

Mzichi nikabatizwa, kama asemavyo Mungu,
Nisije nikafukuzwa, mbinguni na Yesu wangu,
Nayo Roho nikajazwa, kutoka katika mbingu,
Ila wanakomfyuzi, walokole siku hizi.

Nilikuwa Lutherani, wakasema kumepoa,
Nije kwao dhehebuni, kwenye mapepo kutoa,
Niyaache ya zamani, nigange mapya murua,
Ila wanakomfyuzi, walokole siku hizi.

Wakasema Katoliki, ndo vuguvugu kabisa,
Sanamu wanasadiki, kutwa Rozari papasa,
Dhambi hazisafishiki, Paroko kukutakasa,
Ila wanakomfyuzi, walokole siku hizi.

Ibada za Jumapili, zote ni za ubatili,
Wasabato wakejeli, usabato ndio kweli,
Kwa Jumamosi kusali, wengine hawakubali,
Ila wanakomfyuzi, walokole siku hizi.

Walokole nauliza, ni nani adui yetu?
Ni Ibilisi wa kiza, ama Wakristo wenzetu?
Wenyewe twajiumiza, ni mmoja Mungu wetu,
Ila wanakomfyuzi, wa komfy lokole siku hizi.

*Katika shairi hili nimeandika machache yaliyo katika wimbo "Walokole" uliopo katika albamu yangu iitwayo "Nimeshinda 2007". Kwa maelezo zaidi naomba wapenzi wangu watafute wimbo wa huo. Maelezo zaidi ya namna ya kupata nakala ya albamu au wimbo yapo katika tovuti yangu ya www.mfalme.com.

40

11. VITA

Nitie nguvu Mwokozi, mjao niweze sema,
Yale ambayo wajuzi, wameshindwa kuyasema,
Yananilenga machozi, hali halisi si njema,
Vita duniani vita, mwisho umekaribia.

Roho wa uharibifu, uuaji pia wizi,
Atafuta wadhaifu, avuruge viongozi,
Awajaze nia chafu, mawazo ya kipuuzi,
Vita duniani vita, mwisho umekaribia.

Viongozi muwe macho, na huyu roho wa giza,
Shikeni mlichonacho, Mungu alichowatuza,
Tosheka na mpatacho, msije nchi kuuza,
Vita duniani vita, mwisho umekaribia.

Uroho wa madaraka, moja chachandu ya vita,
Huchochea matabaka, ili wapambe kupata,
Na moshi unapofuka, hata kwa panga hukata,
Vita duniani vita, mwisho umekaribia.

Uhai wa binadamu, 'mekuwa kama kamasi,
Nayo yenu waja damu, ni kama maji mepesi,
Nyoyo zimekuwa ngumu, kama ganda la nanasi,
Vita duniani vita, mwisho umekaribia.

Lengo la vita ni nini? Hebu na tusemezane,
Tunapigania nini? Sababu zake tuone,
Bora tukae mezani, mwafaka upatikane,
Vita duniani vita, mwisho umekaribia.

Wazungu mwelewe fika, weusi hatuna chetu,
Majeneza tumechoka, kushusha ya ndugu zetu,
Matingatinga twataka, na sio yenu mitutu,
Vita duniani vita, mwisho umekaribia.

Hata ugali hatuna, hii mitutu ya nini?
Magonjwa yatutafuna, dawa hatuna nchini,
Mbona hamna huruma, sisi ni watu si nyani,
Vita duniani vita, mwisho umekaribia.

Kama madini mwataka, mseme tuwagaie,
Bora vita kuepuka, bure mjichukulie,
Kuliko damu kunuka, na madini mchukue,
Vita duniani vita, mwisho umekaribia.

Hayana budi tokea, kwani yalitabiriwa,
Aliyasema Mesia, kote yanahubiriwa,
Vita mkivisikia, dalili za kutwaliwa,
Vita duniani vita, mwisho umekaribia.

Shairi hili nimeliandika kuongelea yaliyomo katika wimbo uitwayo "Vita" niliouandika mwaka 2003. Sikufanikiwa kuutoa na kuusambaza wimbo huo kimataifa ingawa niliurekodi. Ninatarajia kuutoa baadae, na hapa ninawaonjesha tu wapenzi wangu baadhi ya yale yaliyomo katika wimbo huo.

12. UMOJA

Ninamshukuru Mungu, kuniumba Mwafrika,
Tofauti na Mzungu, wa kutoka Amerika,
Weusi ni ngozi yangu, mweupe moyo kaweka,
Umoja wa bara letu, u Afrika Mashariki.

Ulianza tangu enzi, za Nyerere na Kenyatta,
Umoja waliuenzi, Obote wakamvuta,
Wakaanza na ujenzi, miundo mbinu kufwata,
Umoja wa bara letu, u Afrika Mashariki.

Lugha moja madhubuti, Kiswahili kuongea,
Kusiwe na tofauti, ya Kenya na Tanzania,
Lugha ikapanda chati, wengi hawakudhania,
Umoja wa bara letu, u Afrika Mashariki.

Kiswahili lugha yangu, mimi nakifagilia,
Nimesikia wazungu, wanavyokupalilia,
Ukue kama mkungu, maji nakumwagilia,
Umoja wa bara letu, u Afrika Mashariki.

Idi Amini kaleta, za kuleta kubomoa,
Uliojengwa ukuta, umoja wetu murua,
Nyerere akaikata, mizizi yake kang'oa,
Umoja wa bara letu, u Afrika Mashariki.

Naamini tutafika, tuzidi piga hatua,
Na Mungu wa kutukuka, sote kutubarikia,
Bara lote la Afrika, Kiswahili kuongea,
Umoja wa bara letu, u Afrika Mashariki.

Afrika ya Mashariki, tumeshakuwa wamoja,
Tuzivute nchi baki, moja baada ya moja,
Zisemazo hazitaki, tuziombee pamoja,
Umoja wa bara letu, u Afrika Mashariki.

Kwa nini tunajivuta, kutumia pesa moja?
Ni bora kamba kuvuta, ipande bendera moja,
Mfumo wa kutafuta, Rais uwe mmoja,
Umoja wa bara letu, u Afrika Mashariki.

Afrika nia tunayo, uwezo pia tunao,
Tupigeni konde moyo, tuweke pembeni soo,
Tuuondoe uchoyo, tukatekate vimeo,
Umoja wa bara letu, u Afrika Mashariki.

Mashariki ya Afrika, ndio moyo wa Afrika,
Umoja ni damu fika, uhai wetu hakika,
Sukuma damu kufika, nchi zote za Afrika,
Umoja wa bara letu, u Afrika Mashariki.

*Shairi hili nimeliandika liwe sehemu ya changamoto ya kusukuma mbele mchakato mzima wa kuleta muungano wa Bara la Afrika.

Kama hayati Mwalimu Nyerere alivyosema katika moja ya hotuba zake kwamba hata mataifa makubwa ambayo yana nguvu bado yanafikiria kuungana, sembuse sisi vitaifa dhaifu vya Afrika?

13. SILAHA

Majangili yamekuja, kupora baraka zangu,
Niaguke wanangoja, wakiponde kichwa changu,
Na silaha wamekuja, kuharibu ngome yangu,
No silaha dhidi yangu, zitakazofua dafu.

Nendeni kwa ibilisi, mwambieni nimesema,
Zile za kwake rasasi, kwangu ni kama mtama,
Zinijiapo kwa kasi, kwa imani nazizima,
No silaha dhidi yangu, zitakazofua dafu.

Ndio chaweza kipigo, kuniumiza kimwili,
Lakini hata kidogo, moyoni hakini kili,
Kikubwa chake kisago, nimesha kistahimili,
No silaha dhidi yangu, zitakazofua dafu.

Mkono wangu imara, kwa chuma Mungu kafanza,
Unazifanya ishara, kupita zile za kwanza,
Yanapokuja madhara, nayamenya kama chenza,
No silaha dhidi yangu, zitakazofua dafu.

Ulingoni na shetani, ngumi tunazibomonda,
Chali niko sakafuni, majebu alonibonda,
Mechi kifi ka mwishoni, mimi ndio nitashinda,
No silaha dhidi yangu, zitakazofua dafu.

Nimepewa mamlaka, ya kuvunja nguvu zake,
Nnge pia zake nyoka, kukanyaga vichwa vyake,
Akanipa Mungu kinga, madhara yaniepuke,
No silaha dhidi yangu, zitakazofua dafu.

Yeye wangu mzabibu, mimi tawi kanishika,
Na neno lake tabibu, moyoni nimeliweka,
Niombapo hunijibu, hunipa ninachotaka,
No silaha dhidi yangu, zitakazofua dafu.

Hekalu walibomoa, siku tatu akajenga,
Kuzimu aliingia, mauti akaifunga,
Mbinguni ye akapaa, makao yangu kujenga,
No silaha dhidi yangu, zitakazofua dafu.

Silaha neno kanipa, nipambane ikibidi,
Mapepo fimbo nachapa, saba sabini zaidi,
Sasa yanatapatapa, yalikotoka kurudi,
No silaha dhidi yangu, zitakazofua dafu.

Kamwe sitaziogopa, silaha za mwanadamu,
Hofu haziwezi nipa, zaweza tu mwaga damu,
Kwa uhakika naapa, rohoni hazina sumu,
No silaha dhidi yangu, zitakazofua dafu.

*Shairi hili limekitwa katika msitari ambao hunitia moyo, msitari ambao umo katika Biblia Takatifu, Kitabu cha Isaya 54:17. Kama muunimi wa dini ya Kikristo na mfuasi wa maagizo ya Bwana Yesu Kristo, ninaamini kuwa ibilisi hutushambulia mara kwa mara. Lakini kwa kuwa ninaamini kuwa Bwana wetu alimshinda ibilisi, msitari huu na mingine kama hii ndani ya Biblia hunitia moyo kusonga mbele, hasa katika wakati nikiwa nimezongwa na mashambulizi. Katika shairi hili pia ninawatia moyo wenzangu wote wanaomwamini Mungu aliyetuumba kwa kuwatumainisha kuwa silaha zote za ibilisi hazifui dafu.

14. BONGO FLAVA

Maikirofoni cheki, wani tuu wani tuu,
Jukwaani hawacheki, wafokafoka wadau,
Huchombeza mashabiki, mikono kuweka juu,
Tatizo Bongo Flava, miundombinu hafifu.

Wanastahili heko, vipaji wanavyo bwana,
Cheki yao miondoko, ya madoido mwanana,
Mishipa kwenye ugoko, na shingoni imebana,
Tatizo Bongo Flava, miundombinu hafifu.

Tangu kwenye kurekodi, hadi katika kumiksi,
Fundi mitambo stadi, ila mitambo ni nuksi,
Kufanya hawana budi, mambo kufiksi fiksi,
Tatizo Bongo Flava, miundombinu hafifu.

Mwasahau kwenye fani, jambo moja la msingi,
Wimbo kuwa mitaani, bila fanya mastaringi,
Ni sawasawa na feni, zunguka bila beringi,
Tatizo Bongo Flava, miundombinu hafifu.

Frikwensi hazendani, za biti na mfokaji,
Makelele redioni, chosha wasikilizaji,
Hizi nyimbo kulikoni? Ahoji mtangazaji,
Tatizo Bongo Flava, miundombinu hafifu.

Za Bongo Flava shoo, ni kwamba bora liende,
Vipaza sauti soo, utadhani vina mende,
Vyaumiza masikio, hadi shoo usipende,
Tatizo Bongo Flava, miundombinu hafifu.

Sipika bora sipika, hata kama la gitaa,
Ni vigumu kusikika, wakiwa kwenye jukwaa,
Hakuna moshi kufuka, wala za urembo taa,
Tatizo Bongo Flava, miundombinu hafifu.

Wengine wanakimbia, kwenda pafomu na bendi,
Sababu husingizia, pleibeki haipandi,
Wamebaki kukandia, kuijenga hawapendi,
Tatizo Bongo Flava, miundombinu hafifu.

Mtindo wako ni nini, ni Flava ama Bongo?
Utoke ulimwenguni, kama ngoma za Kikongo,
Mapigo yawe makini, dunia ishike bango,
Tatizo Bongo Flava, miundombinu hafifu.

Enyi wote wasanii, wa Bongo Flava pia,
Kazaneni kwa bidii, kufanya kazi murua,
Kiwango kiwe ndo kii, epukeni kulipua,
Tatizo Bongo Flava, miundombinu hafifu.

*Katika shairi hili nimezungumzia matatizo yanayoukabili mziki wa Bongo Flava ambao katika muongo huu umepata umaarufu sana. Neno Flava ingawa limetoholewa katika lugha ya kiingereza, nimelihesabia vina vitatu kwa sababu neno hili limekuwa jina la muziki wa kizazi kipya.

15. KINYESI

Walelo hodi sigongi, napitia dirishani,
Na wala breki sifungi, kaeni chonjo njiani,
Nimesema sijivungi, nishai kuwatoeni,
Ile haja namba mbili, kila mja huienda.

Yule sista du mrembo, ye anayeturingia,
Amejijaza mapambo, kipua kutubania,
Akikamua utumbo, haja hiyo hutumia,
Ile haja namba mbili, kila mja huienda.

Watazame viongozi, na suti za pisi tatu.
Bungeni wanavyopozi, utadhani mungu watu,
Hivi yao makamuzi, ya kutema kama chatu?
Ile haja namba mbili, kila mja huienda.

Chekini mabrazameni, na blingi blingi shingoni,
Miwani kubwa usoni, saa nene mkononi,
Si vibaya kushaini, ila kero punguzeni,
Ile haja namba mbili, kila mja huienda.

Mabosi serikalini, wakipata mishahara,
Sheria zote pembeni, hawataki masihara,
Wakiingia uani, e bwana we wanahara,
Ile haja namba mbili, kila mja huienda.

Kuna wajasirimali, niwaweke sawa leo,
Wakishapata madili, huwadharau wa kwao,
Hupenda kulipa bili, za mademu wa wenzao,
Ile haja namba mbili, kila mja huienda.

Niseme na wasanii, sifa zao zimezidi,
Ujeuri kwa jamii, mnafanya makusudi,
Ni heri mngewatii, wanaowapa zaidi,
Ile haja namba mbili, kila mja huienda.

Yule umuogopaye, wamuogopea nini?
Tajiri umwabuduye, ye wala hakuthamini,
Tofauti yako naye, i wapi jitathmini,
Ile haja namba mbili, kila mja huienda.

Enyi waja mringao, maringo hatuyataki,
Ninyi watu kifagio, mmezidi wanafiki,
Twashikwa na mshangao, hivi ninyi mwanya keki,
Ile haja namba mbili, kila mja huienda.

Binadamu sote sawa, tajiri kwa masikini,
Ufahamu tumepewa, tupendane duniani,
Na ya waringao dawa, wanapokwenda chooni,
Ile haja namba m mba mbili, kila mja huienda.

*Nilipokuwa mtoto mdogo, nilikuwa nikisikia watu wakisema: "Fulani anaringa sana utadhani haendi haja kubwa". Kwa namna fulani, msemo huu unabeba uzio katika kufundisha wale wanaoringa kwamba wao ni sawa tu na wale wanaowaringia. Katika shairi hili nimetumia msemo huo kuwaasa watu wanaoringa, na wenye jeuri kwamba sisi sote ni sawa.

16. MCHI

Mchi wangu, leo nauelezea,
Mchi wangu, kazi yake kutwangia,
Mchi wangu, na sio wa kusagia.

Mchi huu, si wa kuungaunga,
Mchi huu, imara umejijenga,
Mchi huu, kwenye kinu tu hutwanga.

Mchi una, kichwa pasi na ubongo,
Mchi una, jicho moja tu ni chongo,
Mchi una, mdomo wenye mapengo.

Tena mchi, ni mchi otomatiki,
Tena mchi, orijino sio feki,
Tena mchi, milele hauvunjiki.

Katu mchi, kwangu ng'o haubanduki,
Katu mchi, kwengine hautumiki,
Katu mchi, wangu hauazimiki.

Kweli mchi, kwenye kinu ukitapo,
Kweli mchi, kwenye kina ufi kapo,
Kweli mchi, burudani utwangapo.

Ewe mchi, tazama tusijevunjwa,
Ewe mchi, na kinu chenye magonjwa,
Ewe mchi, maisha tusijepunjwa.

Pasi mchi, kuishi kwangu si kitu,
Pasi mchi, kizazi changu ni butu,
Pasi mchi, wana sitopata katu.

Ona mchi, wengi wanaangamia,
Ona mchi, vinu vingi kutwangia,
Ona mchi, vinu wanapochangia.

Sasa mchi, mikakati tuipange,
Sasa mchi, vinu vingine vifunge,
Sasa mchi, kinu kimoja tutwange.

*Shairi hili sitopenda kulielezea, ni mojawapo ya zile tungo ambazo nataka kila msomaji azielewe kwa namna yake mwenyewe. Nimeandika utunzi huu kwa staili ya vina vinne kwa vinane na mistari mitatu.

17. HESHIMA

Heshima ya mtu, si wingi wa mali zake,
Heshima ya mtu, si utanashati wake,
Heshima ya mtu, ni utu kwa watu wake.

Heshima ya mtu, huwa hainunuliki,
Heshima ya mtu, huwa haikopesheki,
Heshima ya mtu, ni utu kwa watu wake.

Heshima ya mtu, kuiba haiibiki,
Heshima ya mtu, katu haiazimiki,
Heshima ya mtu, ni utu kwa watu wake.

Heshima ya mtu, si bei ya gari lake,
Heshima ya mtu, si bei ya nyumba yake,
Heshima ya mtu, ni utu kwa watu wake.

Heshima ya mtu, si nguo mwilini mwake,
Heshima ya mtu, si pambo usoni mwake,
Heshima ya mtu, ni utu kwa watu wake.

Heshima ya mtu, kujengeka si rahisi
Heshima ya mtu, kuvunjika ni kwa kasi,
Heshima ya mtu, ni utu kwa watu wake.

Heshima ya mtu, si dhahabu alonazo,
Heshima ya mtu, si fedha amilikizo,
Heshima ya mtu, ni utu kwa watu wake.

Heshima ya mtu, utotoni hujengeka,
Heshima ya mtu, ukubwani dhihirika,
Heshima ya mtu, ni utu kwa watu wake.

Heshima ya mtu, si mke aliye naye,
Heshima ya mtu, si mume aliye naye,
Heshima ya mtu, ni utu kwa watu wake.

Heshima ya mtu, kamwe si wadhifa wake,
Heshima ya mtu, kamwe si kipato chake,
Heshima ya mtu, ni utu kwa watu wake.

*Katika shairi hili nimewekea tu msisitizo wa maneno niliyoyasikia kutoka katika mojawapo ya hotuba za Mwalimu Julius Nyerere. Nimeandika utunzi huu kwa staili ya vina sita kwa vinane na mistari mitatu.

18. KILIMANJARO

Kilele chake Afrika,
Bara zima namulika,
Uzuri wa kusifika,
Pasi na kushabihika,
Ndio mimi siku zote, mlima Kilimanjaro.

Kuvutia navutia,
Sifa mnazisikia,
Wengine wanikandia,
Japo nawahudumia,
Si mwingine ndio mimi, mlima Kilimanjaro.

Ukuu wangu tazama,
Na mapana yangu pima,
Kilele kilicho wima,
Na hali ya hewa njema,
Sihitaji tambulishwa, mlima Kilimanjaro.

Milele mimi sichuji,
Ni mimi chanzo cha maji,
Kilele chenye theluji,
Ndio kama yangu taji,
Mfalme wa Afrika, mlima Kilimanjaro.

Maarufu duniani,
Najulikana jamani,
Sikiliza redioni,
Fungua magazetini,
Ndio mimi jina langu, mlima Kilimanjaro.

Kuniangusha ni kazi,
Ninakueleza wazi,
Kunihamisha huwezi,
Tanzania ndo mzazi,
Kifua mbele naweka, mlima Kilimanjaro.

Nimedumu tangu enzi,
Wachaga wakanienzi,
Kibo na pia Mawenzi,
Vinara nyangu vipenzi,
Jabali lojabalika, mlima Kilimanjaro.

Matatizo ya barani,
Ni mimi niulizeni,
Naona Kaskazini,
Hadi Bondeni kusini,
Jicho langu kali sana, mlima Kilimanjaro.

Ukubwa niliopewa,
Utajiri nilopewa,
Kipaji nilichopewa,
Hekima niliyopewa,
Bure ninawagaia, mlima Kilimanjaro.

*Shairi hili nimeliandika kwa staili ya vina vinane na mistari mitano kasoro mstari wa mwisho. Nimeandika kutoa dokezo la vionjo vya wimbo wangu, "Kilimanjaro" utakaokuwa katika albamu yangu inayotoka mwakani. Wapenzi wangu watapata maelezo zaidi juu ya shairi hili katika wimbo huo.

19. KINU

Kinu, mwanzo hakikuwepo kwenye ramani,
Kinu, kikaletwa na Mungu ulimwenguni,
Kinu, kutoka mwa mwanaume ubavuni,
Kinu, chimbuko la matatizo duniani.

Kinu, kilileta anguko la mwanaume,
Kinu, kilisababisha vifo vya mitume,
Kinu, chanzo cha maanguko ya wafalme,
Kinu, chimbuko la matatizo duniani.

Kinu, mwizi huiba ili kukiridhisha,
Kinu, jambazi hupora kukifurahisha,
Kinu, mtu hutapeli kukiburudisha,
Kinu, chimbuko la matatizo duniani.

Kinu, kwa ajili yake tunafanya kazi,
Kinu, tunavaa yenye thamani mavazi,
Kinu, tunatamani yenye hadhi makazi,
Kinu, chimbuko la matatizo duniani.

Kinu, kimefanya marafiki kugombana,
Kinu, tazama ndugu wamekorofi shana,
Kinu, kwacho na washirika wametengana,
Kinu, chimbuko la matatizo duniani.

Kinu, kiliundwa kuusaidia mchi,
Kinu, kukoboa nafaka kujaza nchi,
Kinu, anguko wakajikuta wako uchi,
Kinu, chimbuko la matatizo duniani.

Kinu, kwa nini uroda kuwekwa kinuni?
Kinu, kwa nini uroda usiwe rohoni?
Kinu, kwa nini uroda usio kifani?
Kinu, chimbuko la matatizo duniani.

Kinu, kwa nini mti kati ya bustani?
Kinu, kwa nini tunda lake la kutamani?
Kinu, kwa nini nisiguse tunda mtini?
Kinu, chimbuko la matatizo duniani.

Kinu, kiwapo bila ya mchi maishani,
Kinu, kiwapo peke yake bustanini,
Kinu, ni rahisi shetani kukirubuni,
Kinu, chimbuko la matatizo duniani.

Kila, kinu kinahitaji mchi mmoja,
Kila, mchi unahitaji kinu kimoja,
Kwani, hivi vimeumbwa kuishi pamoja,
Kinu, chimbuko la vizazi duniani.

*Kama shairi la 'Mchi', hili nalo, ambalo nimelitunga kwa staili ya vina viwili kwa kumi na viwili na mistari minne, sitopenda kulifafanua. Ningependa kila msomaji alielewe kwa namna yake mwenyewe.

20. KISIMA

Hapo mwanzo kisima kilikuwa na maji safi ,
Kila mtu na achote maji kwa chombo kisafi ,
Wengine wakatumia maji kama malighafi ,
Kisima kikikauka, wapi maji mtachota?

Kisima ndio tegemeo la uchumi nchini,
Maji yake huleta uhai na nguvu mwilini
Ni uti wa mgongo wa kila kitengo cha ndani,
Kisima kikikauka, wapi maji mtachota?

Ustaarabu wa kuchota maji umepungua,
Sheria za kisima hakuna wa kusimamia,
Ukiritimba wa kuchota maji umeenea,
Kisima kikikauka, wapi maji mtachota?

Kila siku ya Mungu ndoo hushuka kisimani,
Ndoo hupanda juu na maji mpaka pomoni,
Ndoo za dabodabo hasa wakati wa jioni,
Kisima kikikauka, wapi maji mtachota?

Maji mnachota na kuyauza nchi za nje,
Pesa mnazozipata mwaweka benki za nje,
Jamani wazawa tunawaomba msitupunje,
Kisima kikikauka, wapi maji mtachota?

Maji ya kisima hiki hupatikana hapa tu,
Kisima hiki tajiri Mungu kakiweka kwetu,
Maji yake ni adimu kama miguu ya chatu,
Kisima kikikauka, wapi maji mtachota?

Siombei kikauke ili mfe waja wane,
Pesa mnazopata jengeni uchumi mwingine,
Kile kinachosalia wazalendo wagawane,
Kisima kikikauka, wapi maji mtachota?

Wa kusimamia ndio kwanza wanajimegea,
Matonge makubwa makubwa wanajifinyangia,
Tonge nyama tonge nyama komba hadi sufuria,
Kisima kikikauka, wapi maji mtachota?

Kizazi cha sasa wakati wako umeshapita,
Ufanyacho kilenge kizazi kinachofuata,
Hivi ndivyo maendeleo halisi tutaleta,
Kisima kikikauka, wapi maji mtachota?

E Mungu uliyetupatia utajiri huu,
Usiwarehemu wafujao utajiri huu,
Tuepushie balaa la umasikini huu,
Kisima kikikauka, ikauk wapi maji mtachota?

Shairi hili nimeliandika kwa mtindo wa vina kumi na sita, linaangalia vile ambavyo Watanzania wengi wakipata fursa ya kujipatia pesa kwa wingi, huzitumia kama vile wataendelea kuzipata milele, bila kujali kwamba kuna siku chanzo chao cha kipato kinaweza kukauka. Pia nimezungumzia kuhusu madini ya Tanzanite ambayo hayapatikani kokote duniani isipokuwa Tanzania. Watu huyachimba na kuzitumia pesa wazipatazo bila kujali kuwa labda kuna siku madini hayo yanaweza kuisha. Nimejaribu kufumbua macho wapenzi wangu na taifa kwa ujumla kuwa pesa wanazopata wajaribu kuwekeza katika miradi mingine.

21. MBUZI

Mwana wa Mtemi, ufalme nimeahidiwa,
Kwa wangu ulimi, nakiri utemi nilopewa,
Mtemi ni mimi, kiti cha utemi mewekewa,
Kwa nini mwaniletea, mbuzi ndani ya gunia?

Mtoto wa baba, elimu shule nimehitimu,
Mama kanizaba, vibao ili niwaheshimu,
Wangu maswahiba, mwenzenu nimebeba jukumu,
Iweje mniletee, mbuzi ndani ya gunia?

Mimi msafiri, ulimwenguni ninasafiri,
Kweli sio siri, wachuuzi wengi makafiri,
Yao si mazuri, wawarubunio wasafiri,
Mgeni kuniuzia, mbuzi ndani ya gunia.

Huko ugenini, wenyeji walinikaribisha,
Iweje jamani, kwa milupu mkanilengesha?
Hivi ni kwa nini, vizuri hamkunionyesha?
Mkaja nibambikia, mbuzi ndani ya gunia.

Mbuzi guniani, sauti yake naisikia,
Kashiba majani, ili kilo kumuongezea,
Kumwona machoni, lazima kwanza kumnunua,
Mbona mnaniuzia, mbuzi ndani ya gunia?

Naomba kumwona, mbuzi kabla sijamnunua,
Hivi amenona, au tumbo limemvimbia?
Mchuuzi mbona, unanionyesha tu mkia?
Wataka nibambikia, mbuzi ndani ya gunia.

Amenyong'onyea, hivi huyu mbuzi ni mzima?
Amejilalia, hivi afya ya mbuzi ni njema?
Kajikunyatia, ni mtindo ama ana homa?
Kwa nini uniuzie, mbuzi ndani ya gunia?

Chungu nzima, maswali wewe ni mchunguzi?
Mbuzi ni mzima, nunua kama ni mnunuzi,
Amenona vyema, niamini mimi mchuuzi,
Ondoka au nunua, mbuzi ndani ya gunia.

Lazima uliza, maswali mimi si mpuuzi,
Kwa nini wauza, ndani ya gunia huyu mbuzi?
Wataka niponza, kukaya yanitoke machozi,
Huwezi kuniuzia, mbuzi ndani ya gunia.

Enyi waja wane, kuweni macho na wachuuzi,
Msijibizane, mwenye shida sio mnunuzi,
Mkubaliane, ridhika kabla maamuzi,
Usikubali nunua, mbuzi ndani ya gunia.

Shairi hili ambalo ni la staili ya vina sita kwa kumi,isipokuwa kwenye kibwagizo. Nimelitunga kwa minajili ya kuwaongelea watu wanaopenda kubambikia wenzao.

22. DAR ES SALAAM

Salamu Dar es Salaam,
Mzawa nakusalimu,
Sote tunakuheshimu,
Uliye jiji muhimu.

Bandari yenye salama,
Mandhari yako mema,
Mizigo waleta hima,
Pasipo meli kuzama.

Bila ya kutambulishwa,
Chati umeshapandishwa,
Ramani ikionyeshwa,
Dar es Salaam waoshwa.

Ingawa umenikuza,
Hadi nimekuwa taza,
Lazima kukueleza,
Vigogo wakumaliza.

Dodoma hawaitaki,
Jijini hawabanduki,
Wananchi kwa malaki,
Jijini wamejipaki.

Msongamano jijini,
Kujenga bila ramani,
Vijibanda vya uani,
Vimegeuzwa rosheni.

Hakuna maji bombani,
Wala umeme jijini,
Maji ni ya kisimani,
Kama vile vijijini.

Tazama barabarani,
Kutwa nzima foleni,
Wataka kwenda mjini,
Masaa saba njiani.

Mifereji ardhini,
Imeziba huko chini,
Maji ya maliwatoni,
Yazagaa mitaani.

Majengo ya mkoloni,
Mwayabomoa kwa nini?
Ardhi ni nyingi pembeni,
Jengeni huko jamani.

Shairi hili ambalo nimeliandika kwa staili ya vina vinane na mistari minne, ni mahsusi kwa kwa ajili ya Jiji la Dar es Salaam.

23. JINO

Taulo li kiunoni, waelekea uani,
Kopo la maji ndooni, umebeba mkononi,
Mswaki u mdomoni, dawa ya meno kwapani,
Braza una jino moja, huo mswaki wa nini?

Waanza kwa madoido, kusukutua mdomo,
Mswakini ado ado, dawa weka kwa kipimo,
Kisha wajiweka gado, kenua pasi kikomo,
Braza una jino moja, huo mswaki wa nini?

Kioo umetegesha, wajichabo kwa mapozi,
Jino unalisafisha, kwa wa kuflosia uzi,
Mswaki wautingisha, kuyatekenya mafizi,
Braza una jino moja, huo mswaki wa nini?

Ukila wali kwa nyama, kijiti unachomoa,
Mdomo unatuama, jino kulichokonoa,
Kisha pembeni watema, mabaki yalobakia,
Braza una jino moja, huo mswaki wa nini?

Si kama naingilia, uamuzi wako braza,
Sana ninafikiria, kutwa kucha ninawaza,
Kichwa nimekuna pia, ndo maana nauliza,
Braza una jino moja, huo mswaki wa nini?

Jioni inapofika, mswaki unachomoa,
Kioo unakiweka, kujichabo kwa murua,
Dawa ya meno waweka, waanza kujikwangua,
Braza una jino moja, huo mswaki wa nini?

Unacho chumba kimoja, umepanga uswazini,
Tena unajikongoja, kulipa kodi mtani,
Gari unalolitaja, bima ya mamilioni,
Braza una jino moja, huo mswaki wa nini?

Wa mbili moja kuvaa, wa karne muujiza,
Shule uliyopitia, hujawahi kuongoza,
Leo unafikiria, taifa kuliongoza,
Braza una jino moja, huo mswaki wa nini?

Una nyumba ya udongo, la makuti paa lako,
Kwa kiinua mgongo, sukuma maisha yako,
Unatamani mjengo, kama wa Rais wako,
 Braza una jino moja, huo mswaki wa nini?

Furaha ya maishani, si kupata utakacho,
Mungu mpe shukurani, kwa kile ulicho nacho,
Weka juhudi kazini, upate uhitajicho,
Braza una j a jino moja, huo mswaki wa nini?

Shairi hili ni utunzi unaowasuta watu wanaotamani mambo makubwa wakati uwezo wao ni mdogo.

24. JUISI

Nimetoka Marekani, narudi zangu nyumbani,
Washikaji mitaani, salamu habari gani?
Wachache mahayawani, waanza purukushani,
Ngoja niwatengezee, juisi ya pilipili.

Nimekuja saidia, fukara tulio nao,
Niwezacho ninatoa, kwa wale wahitajio,
Fisadi wakanijia, ati niwagee wao,
Ngoja niwatengezee, juisi ya pilipili.

Tetea niwatetee, wasio na mtetezi,
Elimu niwagaie, nilopewa na Mwenyezi,
Si wacha wanizushie, ati mimi mchokozi,
Ngoja niwatengezee, juisi ya pilipili.

Nataka fumbua macho, wasiong'amua mambo,
Llillo kiini macho, na liwe rahisi jambo,
Nilichodhania sicho, nimeletewa mgambo,
Ngoja niwatengezee, juisi ya pilipili.

Wanayo shida ya maji, wananchi vijijini,
Niwape bomba za maji, waipate ahueni,
Mafisadi wakahoji, amekuruhusu nani?
Ngoja niwatengezee, juisi ya pilipili.

Waja wakaniambia, ndugu zetu wanakufa,
Ugonjwa wa malaria, waleta mengi maafa,
Dawa nikasaidia, ati ninataka sifa,
Ngoja niwatengezee, juisi ya pilipili.

Tatizo la usafiri, ni kubwa sana nchini,
Mzichi nikafikiri, niwanunulie treni,
Wakasema kwa jeuri, kibali kakupa nani?
Ngoja niwatengezee, juisi ya pilipili.

Wakulima wamevuna, mazao yako ghalani,
Wa kununua hakuna, mi nikawapa misheni,
Wakanionya kijana, hapa sio Marekani,
Ngoja niwatengezee, juisi ya pilipili.

Tembea ndugu uone, wafanyayo mafisadi,
Mshindani mja wane, watakulaza kifudi,
Hawapendi uminyane, mapesa yao yazidi,
Ngoja niwatengezee, juisi ya pilipili.

Mafisadi kweli lini, mtakuja kutosheka?
Mnayo mamilioni, bado vya kwetu mwataka,
Mwondokapo duniani, pesa hazitawazika,
Ngoja niwatengezee, juisi ya pilipili.

*Shairi hili linawasuta watu wenye tabia ya kuwakatisha tamaa wenzao ambao wana moyo wa kufadhili wanaohitaji msaada. Raha yao ni kuona wenye dhiki wanaendelea na dhiki huku wao (mafisadi) wakizidi kuneemeka.

96

25. KUKU

Angalizo: Shairi hili lina lugha nzito isiyo na madhara.

Bata na kuku ni sisi, viumbe wa kundi moja,
Tofauti na mafisi, twaweza ishi pamoja,
Twaweza kula msosi, katika sahani moja,
Leo kunya wewe kuku, nikinya bata uchafu.

Iweje wewe ni bora, mimi niwe kanyaboya?
Ati mzuri wa sura, mimi sura yangu mbaya,
Wewe msema busara, mimi kwangu domokaya,
Basi kunya wewe kuku, nikinya bata uchafu.

Leo mwaniongelea, mwili wangu ni mchafu,
Najua kuogelea, kutoa wangu uchafu,
Wewe maji wakimbia, hujui kupiga bafu,
Kunya tena wewe kuku, nikinya bata uchafu.

Ukinya wewe mbolea, nikinya mimi uchafu,
Ati nawaharishia, uharo wa tifutifu,
Pua wananibania, nawaletea harufu,
Haya kunya wewe kuku, nikinya bata uchafu.

Pumba wakikuwekea, katika lako sinia,
Wewe unazipekua, mchangani kumwagia,
Kwangua chini kwangua, vumbi kututimulia,
Kunya mwaya kunya kuku, nikinya bata uchafu.

Kila ninapotembea, huwa ninawazomea,
Wewe na wote wambea, pumba wanaoongea,
Wewe wanakusifia, mimi wananikandia,
Kunya wewe kisimati, nikinya bata uchafu.

Mimi naimba muziki, nipate yangu riziki,
Ninaposhika maiki, waaza kuleta chuki,
Rubuni wangu shabiki, wanione mimi feki,
Sasa kunya wewe kuku, nikinya bata uchafu.

Ninapocheza kandanda, huwa najifurahisha,
Mpira nikiudunda, mdomo unakuwasha,
Mzichi ninajipinda, unasema nafungisha,
Kunya tukuone kuku, nikinya bata uchafu.

Magari natengeneza, watu kuwasaidia,
Mabango nimeyakuza, wateja kuwavutia,
Ati unawaeleza, mie fundi kubomoa,
Kunya jikamue kuku, nikinya bata uchafu.

Duniani ninapita, naelekea mbinguni,
Mwendo wangu mimi bata, taratibu na makini,
Ya nini yote kupata, nipotee nafsini,
Endelea kunya kuku, nikinya bata uchafu.

Shairi hili linawalenga watu ambao, katika nyimbo zangu aghalabu hupenda kuwaita wapambe nuksi. Watu hawa hupenda kuwasema wenzao vibaya hata kama hawajawakosea lolote. Hili lipo sana kwa sisi wanamuziki ambapo utakuta mpambe nuksi anakuchukia na kukutangazia ubaya wa kubuni bila sababu.

26. EPUKA

Cheka, nao wakuchekeao cheka,
Daka, yale uwezayo kuyadaka,
Vuka, maji uwezayo kuyavuka,
Kaka, epuka changa la macho kaka.

Swali, kabla nunua uliza swali,
Kweli, watu wengi hawasemi kweli,
Dili, longolongo tu wapate dili,
Dada, epuka changa la macho dada.

Kaya, jaribu kabla peleka kaya,
Haya, dalali wengi hawana haya,
Waya, wauza redio bila waya,
Baba, epuka changa la macho baba.

Sema, ili upate sikika sema,
Pima, uzito wa kila jambo pima,
Noma, kumwamini kila mtu noma,
Mama, epuka changa la macho mama.

Jicho, taa ya mwili wako ni jicho,
Hicho, kibanzi jichoni toa hicho,
Nacho, usije jicho toboa nacho,
Babu, epuka changa la macho babu.

Dini, ni vizuri kuishika dini,
Kwani, ni dira ya njia ya mbinguni,
Deni, la dhambi tumelipiwa deni,
Bibi, epuka changa la macho bibi.

Siri, nikupe ya wahubiri siri,
Heri, huweka subira ije heri,
Kiri, wengi wanataka utajiri,
Mani, epuka changa la macho mani.

Mwana, mvulana chunga msichana,
Wana, uzuri wa kununua jana,
Vuna, pale wasipopanda huvuna,
Mwana, epuka changa la macho mwana.

Honga, epuka mja anayehonga,
Longa, no vitendo kutwa longalonga,
Chonga, hana hata kochi la kuchonga,
Binti, epuka changa la macho binti.

Waja, hebu nisikilezeni waja,
Kuja, kutahadharisha nimekuja,
Vuja, tupa mifuko inayovuja,
Waja, epuka changa la macho waja.

*Shairi hili nimeliandika kwa staili ya vina viwili kwa kumi; ni mojawapo ya mashairi ambayo msomaji huyaelewa kwa namna yake mwenyewe kwani hayana maana mahsusi.

104

27. ALBINO

Moyo unaweweseka, huzuni imenishika,
Katika nchi tukuka, mambo yanayotendeka,
Akili zimewaruka, mapepo yamewateka,
Albino wauawa, nani wa kulaumiwa?

Mungu ndiye ameumba, yote ni mapenzi yake,
Wengine ni ombaomba, usiye usiwacheke,
Wengine amewafumba, macho wasishawishike,
Albino wauawa, nani wa kulaumiwa?

Binadamu wote sawa, wekeni fikira pevu,
Mapungufu walopewa, ya mwili ni walemavu,
Kivipi wawe ni dawa? Ondoeni uonevu,
Albino wauawa, nani wa kulaumiwa?

Walionyimwa miguu, wasio sikia pia,
Wasioona wadau, kuna wasioongea,
Wenye ngozi peupeu, ulemavu tu sikia,
Albino wauawa, nani wa kulaumiwa?

Siku zinavyosogea, yanazidi mauaji,
Ramli wawapigia, waganga wa kienyeji,
Utajiri kukugea, viungo wanahitaji,
Albino wauawa, nani wa kulaumiwa?

Waja hebu zindukeni, acheni ulimbukeni,
Mali hazipatikani, kwa uchawi sikieni,
Mchawi akupe nini, ye mwenyewe masikini?
Albino wauawa, nani wa kulaumiwa?

Wachawi waganga hawa, wanaopiga ramli,
Mtu wa kulaumiwa, ni alowapa kibali,
Mafunzo hawakupewa, kodi zao mwakubali,
Albino wauawa, nani wa kulaumiwa?

Msilete mizunguko, za vijiji serikali,
Mnawajua waliko, mliowapa vibali,
Walio waganga koko, na walo tabibu kweli,
Albino wauawa, nani wa kulaumiwa?

Mbili jumlisha mbili, mganga hajui jibu,
Hata Darasa la Pili, zake hajui hesabu,
Vipi atavikabili, vipimo vya utabibu?
Albino wauawa, nani wa kulaumiwa?

Wangepatiwa elimu, haya yasingetokea,
Mishahara ya walimu, fisadi wanafukia,
Pesa wamezihujumu, za shule kuwajengea,
Albino wauawa, walaumiwe fisadi.

*Shairi hili linajieleza lenyewe na wala sina haja ya kulifafanua

28. SISIEMU

Hakuna kilichotawala,
Duniani hapa milele,
Sisiemu kifo chaja,
Niombeni ushauri.

Kila kilichojiinua,
Chini kilikuja anguka,
Sisiemu kifo chaja,
Niombeni ushauri.

Roma walibeba dunia,
Sasa dunia mewabeba,
Sisiemu kifo chaja,
Niombeni ushauri.

Watu wanaokusifia,
Hugeuka wakikuchoka,
Sisiemu kifo chaja,
Niombeni ushauri.

Kuanguka utaanguka,
Swali ni utaangukaje?
Sisiemu kifo chaja,
Niombeni ushauri.

Maono ya anguko lako
Mzichi nimeshayaona
Sisiemu kifo chaja,
Niombeni ushauri

Undava undava si dawa,
Wizi wa kura sio tija,
Sisiemu kifo chaja
Niombeni ushauri.

Kidumu Chama Mapinduzi,
Hivi utadumu milele?
Sisiemu kifo chaja,
Niombeni ushauri.

Tatizo sio mafisadi,
Ni kupitwa tu na wakati,
Sisiemu kifo chaja
Niombeni ushauri.

Mpate wangu ushauri,
Muiokoe Tanzania,
Sisiemu kifo chaja
Niombeni ushauri.

*Nimeandika shairi hili, si kutafuta ugomvi na wana CCM, bali kuwatahadharisha kwa yale yanayoweza kutokea baadaye. Ninaipenda Tanzania na naamini CCM ndio chama pekee kilicho imara na weledi wa kuiongoza nchi yetu kwani kina umri mkubwa na uzoefu kuliko vyama vingine.

Watu wengi wamekuwa wakikilaumu kwa matatizo mengi yaliyo Tanzania bila kufahamu kwamba hata vyama vingine vingekuwa madarakani visingeweza kutatua matatizo hayo kwa urahisi.

Nimekitahadharisha chama hiki kuwa kifo chake kitakuja siku moja, kwani hakuna chama chochote kinachoweza kutawala milele. Ninaposema "CCM kifo chaja niombeni ushauri", ninajaribu kutoa ushauri wa bure ambao naamini unaweza kukisaidia.

29. DARAJA

Mwadela washika dau, wazawa wenzangu mie,
Mila sijazisahau, za nyumbani kwetu sie,
Sio kama nadharau, ukweli nielezee,
Kwenye nchi duniani, yetu ni daraja gani?

Nimeishi ugenini, mpaka kwenye vijiji,
Nikayatia machoni, wanayofanya wenyeji,
Juhudi zao kazini, miundo mbinu ya miji,
Kwenye nchi duniani, yetu ni daraja gani?

Elimu yetu tazama, ya tangu zama mawe,
Wanafunzi wanasoma, bora liwalo liwe,
Mambo ya tekinohama, wayafwate Ukerewe,
Kwenye nchi duniani, yetu ni daraja gani?

Mtoto keshakwambia, anapenda ukemia,
Vipi mwamrundikia, masomo ya fizikia,
Mambo kumchanganyia, ndoto zake mwaondoa,
Kwenye nchi duniani, yetu ni daraja gani?

Siasa zinabomoa, mambo kuyaingilia,
Fani za mainjinia, na madaktari pia,
Zana mwawanunulia, zisizofaa tumia,
Kwenye nchi duniani, yetu ni daraja gani?

Daktari wa mifupa, ndo Waziri wa Michezo,
Hajui boli kuchapa, na wala hana uwezo,
Timu zinatapatapa, uchawi ndio mawazo,
Kwenye nchi duniani, yetu ni daraja gani?

Majengo ya mwingereza, aliacha mkoloni,
Hata kuyaendeleza, inatushinda jamani?
Pesa za kutengeneza, zimewekwa Marekani,
Kwenye nchi duniani, yetu ni daraja gani?

Uchumi wa nchi yetu, ni kilimo wanasema,
Ona wakulima wetu, kwa jembe bado walima,
Bali viongozi wetu, mashangingi wasukuma,
Kwenye nchi duniani, yetu ni daraja gani?

Leo ninavyoongea, bado umeme hakuna,
Mitambo mejichokea, kila siku ni supana,
Ile wanayonunua, ni wizi tu wa mchana,
Kwenye nchi duniani, yetu ni daraja gani?

Wazawa kazeni buti, tokeni usingizini,
Wote vizungumkuti, peleka mahakamani,
Kwa sheria madhubuti, nchi iwe namba wani,
Kwenye nchi duniani, yetu ni daraja gani?

*Shairi hili linajieleza lenyewe na wala sina haja ya kulifafanua.

30. ASANTE

Vumilia upatapo maumivu,
Mithili jino kung'ata ulimi,
Lia kutoa chozi usikubali,
Asante kitabu changu kununua.

Kuumia kwa maneno ya udaku,
Unapoumia wanakudharau,
Mimi maneno hayo hayanichomi,
Asante kitabu changu kununua.

Kamatia usukani ewe suka,
Machejo punguza tuendeshe vema,
Tia gia zote ongeza kibati,
Asante kitabu changu kununua.

Sufuria ya fundi haikuhusu,
Fundi atakupa maneno machafu,
Rika lenu si la kucheza kamari,
Asante kitabu changu kununua.

Makasia piga meli inazama,
Kama hatukazani hatutofika,
Simama kidete tuongeze kasi,
Asante kitabu changu kununua.

Malizia kuvuna tuanze pima,
Lipa ushuru hawataki maswali,
Zingatia muda usitege kazi,
Asante kitabu changu kununua.

Tumikia serikali mwana wetu,
Mikakati weka ujenge uchumi,
Kila afanyaye kazi mpe haki,
Asante kitabu changu kununua.

Fikiria mawazo yaliyo safi ,
Kilicho na uchafu hatukitaki,
Riba uwarudishie matajiri,
Asante kitabu changu kununua.

Kutulia nimetulizana huku,
Tulio na vitu tuongeze vitu,
Lisiwepo jitu lenye ubahili,
Asante kitabu changu kununua.

Shukurani nashukuru sio ishu,
Kukisoma kitabu hadi usiku,
Ramani ya burudani umechora,
Ninakushukuru kutoka moyoni.

Shairi hili nimeliandika kukushukuru wewe uliyenunua, au hata kule tu kuyasoma mashairi haya. Ukisoma kwa makini utang'amua utundu nilioutumia kuuandika utenzi huu. Angalia neno la kwanza la kila ubeti kisha soma herufi za kwanza na za mwisho za kila ubeti kwa kwenda chini. Je, umengundua utundu nilioufanya? Ahsante kwa kununua kitabu changu. Zaidi ya yote, ahsante kwa kukisoma.

Amani iwe nawe!

Kamusi ya Kiswahili cha mitaani

Kiswahili cha mitaani	Kiswahili sanifu
Arosto, chacha, chali	Aliyeishiwa pesa
Aste aste, ado ado, chikito, trankilo	Taratibu, pole pole
ATM	Mwanaume anayetoa pesa kwa mapenzi
Beche, punje, mfinyo	Wali, ubwabwa
Bilekumpasi	Mtu anayeongea sana
Bitozi, muuza sura	Mvulana anayejisikia, anayeringa
Boksi	Kibarua nchi za nje
Bondo, nguna	Ugali
Bungunya, ndondocha, zoba, zezeta, mtambo	Mjinga, mvivu
Buntungwa	Gitaa la kienyeji
Chabo, kula mingo, chora	Kuangalia
Chaki, unga	Madawa ya kulevya
Chandimu	Mpira wa miguu wa kutengenezwa kwa makaraasi
Changa la macho	Uongo, kurubuni
Changudoa, milupu, Vicheche, danga	Wanawake wanaojiuza
Chapa bakora, nyuka bakora	Kutamba, kujivuna, kutawala
Chelea pina	Mambo safi , shwari
Chelele, majogoo, liamba, monii au moni	Asubuhi

Chupa ya bia	Mguu wa mwanamke uliojaa jaa
Chuzi	Damu
Debe, mkwanja, mafrikwensi	Disko, muziki
Deiwaka	Kibarua cha muda mfupi
Dingi, mbuyu	Baba
Dundika, selebuka	Cheza muziki
Fangaz	Viatu
Feki	Mtihani uliovuja, bandia
Fisadi	Kiongozi anayefuja mali ya umma
Funika	Tamba, tawala
Gabachori	Muhindi
Gado	Imara
Geto	Makazi ya kapela
Gozi	Mpira wa miguu
Gozigozi, miyayusho, magilini	Asiyeaminika, asiyeeleweka
Gundu	Bahati mbaya
Gwiji, kingunge	Bingwa
Handakiz	Mashimo ya barabarani
Hanya, menyana	Hangaika
Iliyokwenda shule	Yenye heshima
Jazbendi	Mtu anayetongoza sana wanawake
Jebu, sumbwi, mashine, mfuniko	Ngumi
Kajambanani	Daraja la tatu, kiwango cha chini
Kamarachi	Kama kawaida
Kamba, fiksi	Uongo
Kambale, mwokoto	Kiatu cha kiume cha kuvalia suti

122

Kandabongomani	Anayetongoza wake za watu
Kandia	Dharau
Kanjanja, kanyaboya	Feki, Batili
Kapelo	Kofia
Kauzu	Mbishi
Kedekede, kibao, bwelele, bwena, gunia	Nyingi, wengi, tele
Kibano, mkong'oto, mfueni	Kipigo
Kibosile, kibopa, mnene, mopao	Bosi
Kicheche	Gari bovu, mwanamke anayejiuza
Kichwa	Mwenye akili
Kifimbocheza	Mwanaume mzinzi
Kifunikoshaba, kono la bao, kizingitichuma	Roho mbaya
Kijiweni, maskani	Sehemu ya vijana wa mtaani kufanya maongezi
Kikristu, Kimombo, ung'eng'e, bbc	Kiingereza
Kilonga	Simu ya mkononi
Kimobiteli, kipenseli	Mwanamke mwenye umbo dogo na mwembamba
Kimwelumwelu, ambulenge	Gari la wagonjwa
Kinasa, manati	Chupi ya kike aina ya thong
King'oko	Mtu anayezurura sana mitaani
Kingunge	Mzoefu, aliye madarakani muda mrefu
Kinyago, kagali, kikatuni	Leseni, kitambulisho
Kionambali	Mtu mwenye busara
Kiota	Sehemu ya starehe

Kibubu, kichuguu	Mahali unapoficha fedha nyumbani
Kishua	Kitajiri
Kisimati	Bahati
Kitimoto, daku, mdudu	Nyama ya nguruwe
Kitunaboksi	Mambo mazuri, shwari
Kivuzi	Harufu mbaya
Kizabinabina, shambenga, paskuna	Mfitini, mmbeya
Kokotobatanikota	Anayependa kuvaa suti
Kolokoloni	Polisi, mlinzi
Kubambikia	Kutapeli
Kubania, kuweka kiwingu	Kumzibia mtu riziki
Kuchana nyavu, kulenga	Kumpa mwanamke mimba
Kuchezea kichapo, Kusaidiwa maumivu	Kupigwa
Kuchomoa	Kukataa
Kuchomoa mawaya, kuua bendi	Kuharibu
Kufua dafu	Kuweza, uwezo
Kuhubiri, kugongelea	Kuongea maneno yenye maana
Kujibusti, kujipalilia, kujisuuza, kujifagilia	Kujisifia
Kujidunga	Kunywa pombe
Kujinyea, kujiharishia	Kuwa na makalio makubwa
Kujipendelea	Kustarehe
Kujituama	kupumzika
Kujivinjari, kujipendelea	Kujiburudisha
Kujukuu cha mtume	Mtu mwenye bahati
Kukandamiza, kugongomelezea	Kuweka msisitizo

Kukata gogo, kununa, namba mbili	Kunya, kujisaidia haja kubwa
Kukaza buti	Kujitahidi, kuongeza juhudi
Kukimbiza mwenge	Kufuata mkumbo, kutongoza mwanamke asiyekupenda
Kukonda	Kudhoofika, kuhuzunika
Kukwangua ulimi	Kuhesabu noti, kulipa
Kula bati, kuusugua, kuuchuna	Kukaa kimya
Kula chumvi	Kuishi maisha marefu
Kula denda	Kupiga busu la ulimi
Kula ukoko	Mwanaume kufanya mapenzi na mwanaume
Kula vichwa	Kupata biashara
Kula vumbi	Kuhangaika
Kulamba dume	Kupata bahati, kushinda
Kulenga mwezi	Kufanya mambo makubwa
Kulikita	Kukaa, kuishi
Kumega chungwa	Kufanya mapenzi
Kumpa chachandu, kuimbisha, kuchombeza	Kutongoza
Kununua pikipiki	Kukimbia
Kunya, Kuharisha	Kutukana, kufokea, kukaripia
Kunyuka fimbo, kutanua	Kuringia, kujionyesha
Kupewa msonyo	Kudharauliwa
Kupiga bunda	Kuacha, kuachana
Kupiga kwata, kula ngondi, kuukwatua	Kutembea
Kupiga matarumbeta, kufyonza	Kunywa bia
Kupiga mzinga	Kukopa
Kupima	Kujaribu

Kupinda	Kukata tamaa
Kupuliza, kuchoma	Kuvuta bangi
Kupumzika, kuufyatua	Kujamba
Kusaula, kuchojoa	Kuvua nguo
Kuteleza, kuseleleka	Kufanya mapenzi bila kinga
Kutema, kutapika	kuongea
Kutoa kipindi	Kuelimisha
Kuvaa miwani, kukausha, kuuchuna, kula bati	Kutojali, kukaa kimya, kunyamaza
Kuvalia mkanda	Kujiandaa kupambana
Kuweka upaja	Kuzuia
Kwa pilato	Mahakamani
Kwishinehi, choka mbaya	Atu aliyeishiwa, fukara
Lishe, mtindi	Matiti
Loba, ngeta	Kabali
Lupango, kunyea debe	Jela, kifungoni
Machejo, manjonjo, makeke	Madoido
Madafu	Fedha ya Tanzania
Madotcom, redio za mbao	Wambea, waongo
Mafrikwensi, dude	Nyimbo
Mahoka	Mtu anayependa kucheka
Mainzi	Watu wanaoleta bughudha, ghasia
Masalagankoko	Mjinga
Manati	Sidiria
Manyang'unyang'u	Maajabu
Mapepe	Asiyetulia
Mapigo	Staili, mtindo
Maumivu	Bei
Mayai	Mtu mdhaifu, mlaini
Mbuzi, treni	Mvuta bangi
Mchecheto	Mshawasho, munkhari

Mchicha kabichi	Vitu vya kawaida, vya kila siku
Mchoro, ramani, msheni, mtikasi	Mpango
Mchuma mboga, bwabwa, choko, kakapoa,	Mwanaume aliyejigauza mwanamke
Mdebwedo, kiulaini	Kirahisi, rahisi
Menyana, hanya	Hangaika
Menyu, msosi, mfinyo, maakuli	Chakula
Mgodi, mnene	Mtu mwenye pesa nyingi
Mguu wa kuku, chamoto, shaba	Bastola
Michelini	Mwenye misuli mikubwa
Mikasi, taabisha, kujipinda, kucheza yoga	Tendo la ndoa
Minato	Maringo
Minya	Kaa, ishi
Misele	Mizunguko, safari
Miti ya genge	Miguu yenye matege
Mitikasi, msheni	Shughuli
Mjani, ndumu, msumari	Bangi
Mkoba	Mchezaji mpira namba tano
Mkoko, ndinga	Gari
Mkwanja, kisu, mshiko, kitita, mchone, mchuzi	Fedha,
Mlenda	Mvivu, mtu anayejivutavuta
Mneli, kansa, fegi	Sigara
Mnuso	Sherehe
Mpopo, mnaijeria	Tapeli
Mshindingo, mjengo, ndonga	Uume
Mshipa	Mbovu, bovu

Msondongoma	Mzee kijana, mzee anayependa ujana
Msongo, bundi	Mtu anayesoma sana
Mti mkavu	Hohehahe, asiyathaminika, masikini
Mwake, mswano	Safi , shwari
Mwela, mjomba	Polisi, mgambo
Mzee meko, wamitulinga, mpiga matarumbeta	Mlevi
Mzichi, mwanawane, mentali,	Rafiki wa karibu
Ngangali	Shupavu
Ngondi, ngoko	Miguu
Ngwelengwe	Mambo, shughuli
Njagu, ndata, popo	Polisi
Noma, soo	Aibu
Nyepesi	Habari
Nyomi, utitiri	Watu wengi
Nyuzi, mpini	Gitaa
Panga la shaba	Mchawi
Pasi, chapati	Mwanamke asiye na makalio
Pepekale	Mtu mnene
Pilato	Hakimu
Pipa	Ndege
Puli, msasa, kumkaba nyani	Punyeto
Pumba, mashudu	Maneno yasiyoeleweka
Revola, mafua	Sauti nyororo
Saluti, adabu tupu	Iliyokubalika
Shalo tinatina, pina, pong'a	Shwari
Shangingi	Mwanamke anayewatega wanaume wenye pesa
Shega, mpwitompwito, pina	Mambo mazuri

Shitozi	Msichana anayejisikia, Anayeringa
Shombeshombe	Msichana mweupe
Skejo, boksi	Kazini
Sosoliso, mmachinga	Anayeuza bidhaa mkononi
Suka	Dereva
Taarabu, wowowo, choo	Makalio, matako ya mwanamke
Tatu nane	Maringo, madaha
Tawile	Uchawi, ushirikina
Teja, mla chaki, wakubwia	Mtu anayetumia madawa ya kulevya
Toboatobo	Mganga wa kienyeji
Tuliza mshono	Tulia
Tungi, chicha, bwii	Pombe
Ughaibuni	Ulaya
Ukerewe, kwa bibi	Uingereza
Umeme, miwaya, mivolti	Ukimwi
Umufindi, kipupwe	Kiyoyozi
Undava	Utemi
Unenge, minyoo inasumbua	Njaa
Unyamwezini	Marekani, USA
Unyunyu	Manukato, marashi
Ushuzi	Makalio ya mwanamke
Uswazi	Uswahilini
Utelezi	Uuke
Varangati, sekeseke, zali	Vurugu
Vaskodagama	Mtu anayesafi ri sana
Wakuletwa, bungunya, mpori	Mshamba
Wapambe nuksi	Wasengenyaji, wafitini
Wapenda kaki	Wazungu wabaguzi, wakoloni

Watu kifagio	Watu wanaojisifia
Yakibadachi, makaratee, gojiruu	Kung fu, kareti
Yeboyebo	Rangi ya njano, yanga
Zee la nyeti	Mwenye busara
Zenji	Zanzibar

Shukurani.

Shukurani za dhati zikufikie wewe uliyesoma kitabu hiki. Mungu Akubariki.

Wasifu wa mtunzi

Mtunzi wa kitabu hiki ni mja mwenye vipaji lukuki aliyebobea kwenye fani ya utunzi wa nyimbo, mashairi, uandishi wa vitabu na uchoraji wa katuni. Hali kadhalika mtunzi pia ni mwanamuziki mwenye uwezo mkubwa wa kupiga vyombo mbali mbali vya muziki, kuimba, kubuni, kurekodi na kupangilia muziki, ambaye pia ni Kapten. Kwa wasifu kamili wa mtunzi wa kitabu hiki tafadhali tembelea sehemu ya wasifu katika tovuti ya *www.mfalme.com*